AF654294

നാരായണൻ കാവുമ്പായി

കണ്ണൂർ ജില്ലയിലെ കാവുമ്പായിയിൽ ജനനം. മലയാള സാഹിത്യത്തിൽ ബിരുദാനന്തര ബിരുദവും ബിഎഡും. ദേശാഭിമാനി ചീഫ് സബ് എഡിറ്റർ. കുട്ടികളുടെ ദ്വൈവാരികയായ തത്തമ്മയുടെ എഡിറ്റർ ഇൻ ചാർജ്.

25 ബാലസാഹിത്യകൃതികളും ഒരു ചരിത്രഗ്രന്ഥവും രണ്ട് ജീവചരിത്രവും രചിച്ചു. 10 പുസ്തകങ്ങളുടെ എഡിറ്ററാണ്. നവോത്ഥാന കഥകൾ എന്ന കൃതിക്ക് 2008 ലെ അബൂദാബി ശക്തി അവാർഡ് ലഭിച്ചു. മാധ്യമപ്രവർത്തനത്തിനുള്ള സുരേന്ദ്രൻ നീലേശ്വരം അവാർഡും ബാലസാഹിത്യത്തിനുള്ള ഡോ. ടി പി സുകുമാരൻ സ്മാരക അവാർഡും ലഭിച്ചു.

വിലാസം:

കേദാരം, കീച്ചേരി,
പാപ്പിനിശേരി പോസ്റ്റ്,
കണ്ണൂർ ജില്ല
ഫോൺ: 04972 788979, മൊബൈൽ: 9447779875
email: kavumbayi@gmail.com

Malayalam Language
Chiranjeevi
(Children's Literature)
by
Narayanan Kavumbayi
♦
Published in January 2021
This Edition August 2022
by Kairali Books Private Limited
Thalikkavu Road, Kannur.
Phone : 0497-2761200
E-Mail : kairalibooksknr@gmail.com
♦
Cover Design
Prasanth Mangad
♦

Price:150.00
115/20-21/Sl.No.1184/POD 350/NS 18.6
ISBN 978-93-49726-43-7

ചിരഞ്ജീവി

(ബാലസാഹിത്യം)

നാരായണൻ കാവുമ്പായി

കൈരളി ബുക്സ്

ഉള്ളടക്കം

ചിരഞ്ജീവി

രാമായണത്തിൽ നിറഞ്ഞുതുടിക്കുന്ന കഥാപാത്രമാണ് ഹനുമാൻ.

അതിബലവാനും പണ്ഡിതനുമായ ഈ വാനരശ്രേഷ്ഠൻ ചിരഞ്ജീവിയാണത്രെ! എന്നുപറഞ്ഞാൽ മരണമില്ലാത്ത കഥാപാത്രം. വിചിത്രസ്വഭാവമുള്ള ചില പുരാണ കഥാപാത്രങ്ങളുണ്ട്. മനുഷ്യരിലും അത്തരം സ്വഭാവവിശേഷങ്ങൾ കാണാം. അടിസ്ഥാനപരമായ സ്വഭാവവിശേഷങ്ങൾക്ക് മരണമില്ല. അത് മൃഗങ്ങളിൽ നിന്ന് മനുഷ്യരിലേക്കും തുടർന്ന് തലമുറകളിലേക്കും പകർന്ന് അതിജീവിക്കും. അതുകൊണ്ടാവാം കുറേ കഥാപാത്രങ്ങളെ ചിരഞ്ജീവികളായി ഇതിഹാസ കവികൾ സങ്കൽപിച്ചിട്ടുണ്ടാവുക.

മൃഗജാതിയിൽപെട്ടതെങ്കിലും ഹനുമാനിൽ മനുഷ്യരുടെ ഗുണവും കർമ്മവുമാണ് കാണാവുന്നത്. വിചിത്രമായ ജനനവും ബാല്യവുമായിരുന്നു ഹനുമാന്റേത്.

പണ്ട് അയോധ്യയിലെ രാജാവായ ദശരഥൻ മക്കളുണ്ടാകാൻ വേണ്ടി പുത്രകാമേഷ്ടി യാഗം നടത്തി. യാഗത്തിൽ നിന്ന് ലഭിച്ച പായസം ദശരഥൻ ഭാര്യമാർക്ക് വീതിച്ചുനൽകി.

ആ പായസത്തിൽ ഒരംശം ഒരു പരുന്തിന് കിട്ടി. കൊക്കിൽ പായസവുമായി പാറുന്നതിനിടയിൽ പായസം താഴേക്ക് വീണുപോയി. അഞ്ജന എന്ന വാനരസ്ത്രീയുടെ കയ്യിലാണ് പായസം വന്നുവീണത്. അഞ്ജന വായുഭഗവാനെ തപസ്സുചെയ്യുകയായിരുന്നു. കൈയിൽ വന്നുവീണ അമൃതിന് തുല്യമായ ആ പായസം അവൾ ഭക്ഷിച്ചു.

പായസത്തിന്റെ പ്രഭാവം കൊണ്ട് അഞ്ജനയിൽ ജനിച്ച കുഞ്ഞാണ് ഹനുമാൻ!

ശിവന്റെ മകനാണത്രെ ഹനുമാൻ എന്നും ഒരു കഥയുണ്ട്.

ശിവനും പാർവതിയും വാനര രൂപത്തിൽ ജീവിച്ചിരുന്ന കാലത്ത് അവർക്കുണ്ടായ കുഞ്ഞാണ് ഹനുമാൻ എന്നും അവർ അവനെ വായുവിനെ ഏൽപിച്ചുവെന്നും വായു കുഞ്ഞിനെ പോറ്റിവളർത്താൻ അഞ്ജനയ്ക്ക് നൽകിയെന്നുമാണ് കഥ.

ചിരഞ്ജീവിയായതിനാൽ ഇതിഹാസ മഹാകാവ്യങ്ങളായ രാമായണത്തിലെയും മഹാഭാരതത്തിലെയും പല കഥാസന്ദർഭങ്ങളിലും പ്രത്യക്ഷപ്പെടുന്ന കഥാപാത്രമാണ് ഹനുമാൻ.

ഉദയസൂര്യനു നേരെ

ഹനുമാൻ കുഞ്ഞായിരിക്കുമ്പോൾ തന്നെ അമ്മ അഞ്ജന മരിച്ചു. മരണ സമയത്ത് അമ്മയുടെ അരികിലിരുന്ന് ഉണ്ണിക്കുരങ്ങൻ കണ്ണീർവാർത്തു. അമ്മയില്ലാതെ താനെങ്ങനെ ജീവിക്കും? കാട്ടിൽ ഒറ്റപ്പെട്ടുപോകില്ലേ?

ദു:ഖിച്ചിരിക്കുന്ന മകനോട് അഞ്ജന പറഞ്ഞു.

"മോനേ, ഒട്ടും വിഷമിക്കരുത്. നിനക്ക് ജീവിക്കാൻ ഒരു പ്രയാസവുമുണ്ടാകില്ല. ഒരിക്കലും പട്ടിണി കിടക്കേണ്ടി വരില്ല. ഉദയസൂര്യനെപോലെ ചുവന്നു തുടുത്ത പഴങ്ങൾ നിനക്ക് കാട്ടിൽ സുലഭമായി ലഭിക്കും. നിന്റെ ഭാവി ശോഭനമായിരിക്കും".

ഇത്രയും പറഞ്ഞ് അഞ്ജന വിടപറഞ്ഞു. ഉണ്ണിക്കുരങ്ങന് സങ്കടമായി. അമ്മയുടെ മരണം അവന് സഹിക്കാനായില്ല. കുറേനേരം കരഞ്ഞു. കാട്ടിൽ അവൻ ഏകനായി അലഞ്ഞുനടന്നു.

ഒരു തെളിഞ്ഞ പ്രഭാതത്തിൽ ആകാശത്തേക്ക് നോക്കിയ ഹനുമാൻ വെട്ടിത്തിളങ്ങുന്ന സൂര്യബിംബം കണ്ടു. ഉദയസൂര്യനെപോലെ ചുവന്ന പഴങ്ങളെക്കുറിച്ച് അമ്മ പറഞ്ഞത് അവൻ ഓർത്തു. സൂര്യബിംബം മധുരമുള്ള പഴമായിരിക്കും. ഉണ്ണിക്കുരങ്ങൻ കരുതി.

പിന്നെ താമസിച്ചില്ല. സൂര്യനുനേരെ ഒരൊറ്റച്ചാട്ടം!

ഒറ്റക്കുതിപ്പിന് അവൻ സൂര്യബിംബത്തിനടുത്തെത്തി. അപ്പോഴതാ, സൂര്യനേക്കാൾ വലിയൊരു രൂപം. രാഹുവായിരുന്നു അത്. അതിനുനേരെയായി ഉണ്ണിക്കരങ്ങിന്റെ ചാട്ടം.

അടുത്തെത്തിയപ്പോൾ അതാ, മറ്റൊരു തേജസ് മുന്നിൽ! ഇന്ദ്രന്റെ ആനയായ ഐരാവതമായിരുന്നു അത്. എന്നാൽ ഐരാവതത്തെ ഭക്ഷിക്കാം. ഹനുമാൻ ഐരാവതത്തിനുനേരെ തിരിഞ്ഞു.

ഇന്ദ്രൻ ആ കാഴ്ച കണ്ടു. ഐരാവതത്തിനുനേരെ പാഞ്ഞടുക്കുന്ന ഉണ്ണിക്കുരങ്ങനുനേരെ ഇന്ദ്രൻ വജ്രായുധം പ്രയോഗിച്ചു.

വജ്രായുധം തട്ടി ഉണ്ണിക്കുരങ്ങന്റെ താടിയിൽ മുറിവേറ്റു. താഴേക്ക് വീണ് ചോരവാർന്നു കിടന്ന് അവൻ അവശനായി.

ഉണ്ണിക്കുരങ്ങന്റെ അച്ഛൻ വായുദേവൻ ഇതെല്ലാം കാണുന്നുണ്ടായിരുന്നു. മുറിവേറ്റു പിടയുന്ന മകനെ കണ്ടപ്പോൾ വായുവിന് സഹിച്ചില്ല.

പുത്രസ്നേഹത്താൽ പാഞ്ഞടുത്ത വായു മകനെ വാരിയെടുത്ത് പാതാളത്തിൽ പോയി ഒളിച്ചു.

വായു ഭൂമിയെ ഉപേക്ഷിച്ച് പാതാളത്തിലേക്ക് പോയതോടെ ജീവജാലങ്ങൾ വലഞ്ഞു. ശ്വാസം മുട്ടി മരിക്കാൻ തുടങ്ങി. ദേവകൾ ബ്രഹ്മാവിന്റെ നേതൃത്വത്തിൽ പാതാളത്തിലെത്തി.

അവർ വായുവിനെ സാന്ത്വനിപ്പിച്ചു. ഭൂമിയിലേക്ക് തിരിച്ചു വരാൻ കേണപേക്ഷിച്ചു. ഉണ്ണിക്കുരങ്ങനെ ദേവകൾ അഭിനന്ദിക്കുകയും അനുഗ്രഹിക്കുകയും ചെയ്തു.

ലോകമുള്ള കാലത്തോളം ബലവാനും പണ്ഡിതനുമായി ജീവിക്കുമെന്ന് ദേവന്മാർ അനുഗ്രഹിച്ചു.

വജ്രായുധമേറ്റ് താടിയിൽ മുറിവേറ്റതിനാൽ ദേവന്മാർ ഉണ്ണിക്കുരങ്ങന് ഹനുമാൻ എന്നു പേരിട്ടു. ഹനു എന്നാൽ താടി എന്നാണ് അർഥം. ഹനുവിൽ മുറിവേറ്റ മുദ്രയുള്ളവൻ ഹനുമാൻ.

ദേവകളുടെ അനുഗ്രഹത്തെത്തുടർന്ന് സന്തുഷ്ടരായ വായുദേവനും ഹനുമാനും ഭൂമിയിലേക്ക് തിരിച്ചു.

സൂര്യന്റെ ശിഷ്യൻ

ഹനുമാന് കുട്ടിക്കാലം മുതൽ സൂര്യനോട് എന്തെന്നില്ലാത്ത ആരാധനയായിരുന്നു. സുര്യദേവനെ ഗുരുവായ ലഭിച്ചിരുന്നെങ്കിൽ എത്ര നന്നായിരുന്നുവെന്ന് അവൻ പലവട്ടം ആഗ്രഹിച്ചു.

കുഞ്ഞുന്നാളിൽ തന്റെ നേരെ പാഞ്ഞടുത്ത ആ കുട്ടിക്കുരങ്ങനെ സൂര്യനും ഇഷ്ടമായിരുന്നു. എന്തൊരു തന്റേടവും ചുറുചുറുക്കും! ഇങ്ങനെയൊരു പുത്രനെ കിട്ടിയതിൽ വായുദേവന് തീർച്ചയായും അഭിമാനിക്കാം. സൂര്യൻ കരുതി.

ഒരു ദിവസം തന്റെ ആഗ്രഹം ഹനുമാൻ സൂര്യദേവനോട് തുറന്നു പറഞ്ഞു.

“പ്രഭോ, അവിടുത്തെ സന്നിധിയിൽ നിന്ന് വിദ്യ നേടണമെന്നാണ് എന്റെ ആഗ്രഹം. അങ്ങ് എനിക്ക് ഗുരുവായിരിക്കണം.”

ഹനുമാന്റെ വാക്കുകൾ കേട്ടപ്പോൾ സൂര്യന് സന്തോഷമായി. പക്ഷേ ഒരു കുഴപ്പം. കുരങ്ങനെ ഒപ്പമിരുത്തി പഠിപ്പിക്കാൻ ദേവകുമാരന്മാൻ സമ്മതിക്കില്ല.

“കുമാരാ, നിന്നെ ശിഷ്യനായി സ്വീകരിക്കുന്നതിൽ സന്തോ

ഷമേയുള്ളൂ. എന്നാൽ മറ്റുള്ളവരുടെ കൂടെ തേർത്തട്ടിൽ ഇരുത്തി പഠിപ്പിക്കാൻ പ്രയാസമാണ്." സൂര്യൻ ഹനുമാനോട് പറഞ്ഞു.

" അതു സാരമില്ല ഗുരോ. അങ്ങയുടെ മുന്നിൽ നടന്ന് പഠിച്ചു കൊള്ളാം." ഹനുമാൻ സന്തോഷത്തോടെ പറഞ്ഞു.

അങ്ങനെ അവൻ സൂര്യന്റെ ശിഷ്യനായി. ഗുരുവിനൊപ്പം ഓടിനടന്ന് ശ്രദ്ധയോടെ വിദ്യയഭ്യസിച്ചു.

അറുപതു നാഴിക കൊണ്ട് സകല വേദശാസ്ത്രങ്ങളും ഹനുമാൻ ഗുരുമുഖത്തു നിന്ന് പഠിച്ചു. അവന്റെ ശ്രദ്ധയും വിനയവും കണ്ട് സൂര്യൻ സന്തോഷിച്ചു.

പഠനം പൂർത്തിയായപ്പോൾ ഗുരുദക്ഷിണയായി എന്തെങ്കിലും സ്വീകരിക്കണമെന്ന് ഹനുമാൻ ഗുരുവിനോട് അപേക്ഷിച്ചു.

"പഠനത്തിൽ പാലിച്ച ഏകാഗ്രതയും വിനയവും തന്നെയാണ് ഏറ്റവും വലിയ ഗുരുദക്ഷിണ. എനിക്ക് അതുമതി."സൂര്യന്റെ ഈ വാക്കുകളിൽ ഹനുമാൻ തൃപ്തനായില്ല. എന്തെങ്കിലും സ്വീകരിച്ചേ മതിയാവൂ എന്നായി അവൻ.

"എങ്കിൽ ഒരു കാര്യം ചെയ്യൂ. എന്റെ മകൻ സുഗ്രീവൻ ഇപ്പോൾ കിഷ്കിന്ധ്യയിൽ ഉണ്ട്. സഹോദരനായ ബാലിയോടൊത്താണ് അവിടെ കഴിയുന്നത്. മഹാബലശാലിയാണ് ബാലി. നീ അവിടെ ചെന്ന് സുഗ്രീവന്റെ മന്ത്രിയും തോഴനുമായി അവനെ കാത്തുരക്ഷിച്ചാൽ അതായിരിക്കും എനിക്ക് നൽകാവുന്ന ഏറ്റവും നല്ല ഗുരുദക്ഷിണ."

സൂര്യൻ നിർദ്ദേശിച്ചു.

ഗുരുവചനം കേട്ടമാത്രയിൽ സന്തുഷ്ടനായ ഹനുമാൻ ഗുരുവിനെ വണങ്ങി. ഗുരുവിന്റെ ആഗ്രഹം പോലെ അപ്പോൾ തന്നെ ഹനുമാൻ കിഷ്കിന്ധ്യയിലേക്ക് പുറപ്പെട്ടു.

അവിടെ സുഗ്രീവന്റെ വിശ്വസ്തനായ മന്ത്രിയും തോഴനുമായി ഏറെക്കാലം കഴിഞ്ഞു പോന്നു.

കൊടിയടയാളം

മഹാഭാരതയുദ്ധത്തിൽ അർജ്ജുനന്റെ കൊടിയടയാളമായിരുന്നു ഹനുമാൻ.

അതിന് കാരണമായ കഥയുണ്ട്.

അർജ്ജുനൻ ദേശാടനം നടത്തുന്ന കാലം.

ഒരിക്കൽ അദ്ദേഹം രാമേശ്വരത്ത് എത്തി. അവിടെ കടലിലേക്ക് നീളുന്ന വലിയൊരു അണക്കെട്ട് കാണാനിടയായി. അത് ലങ്കയിലേക്ക് പ്രവേശിക്കാൻ ശ്രീരാമനും വാനരപ്പടയും നിർമ്മിച്ച സേതുവാണ് എന്ന് അർജ്ജുനൻ മനസ്സിലാക്കി.

വില്ലാളിവീരനായ അർജ്ജുനൻ അഹങ്കാരിയുമായിരുന്നു.

ശ്രീരാമൻ അത്രയ്ക്ക് പ്രഗത്ഭനായിരുന്നെങ്കിൽ എന്തുകൊണ്ട് സമുദ്രത്തിന് മുകളിൽ അമ്പുകൾ കൊണ്ട് ഒരു ശരസേതു കെട്ടിക്കൂടായിരുന്നു എന്ന് അർജ്ജുനൻ ചുറ്റും കൂടിയവരോട് ചോദിച്ചു.

അർജ്ജുനന്റെ വീരവാദം കടലിൽ കളിച്ചുകൊണ്ടിരിക്കുന്ന ഒരു കുട്ടിക്കുരങ്ങ് കേട്ടു. അവൻ അർജ്ജുനന്റെ അരികലെത്തി.

"അമ്പ് കൊണ്ട് പാലം കെട്ടിയിരുന്നെങ്കിൽ വനരന്മാർ കയറുമ്പോൾതന്നെ അത് പൊളിയുമായിരുന്നു". കുട്ടിക്കുരങ്ങൻ പറഞ്ഞു. അർജ്ജുനന്റെ അഹങ്കാരം തീർക്കണമെന്നുറച്ച് പുറപ്പെട്ട ഹനുമാനായിരുന്നു ആ കുട്ടിക്കുരങ്ങൻ.

കുട്ടിവാനരന്റെ പരിഹാസം അർജ്ജുനന് ഒട്ടും രസിച്ചില്ല. അദ്ദേഹം കുരങ്ങനെ കണക്കറ്റ് ആക്ഷേപിച്ചു.

അവർ തമ്മിൽ വാഗ്വാദമായി.

അർജ്ജുനൻ ഒരു ശരസേതു നിർമ്മിച്ചാൽ താൻ അത് പെളിച്ചുതരാം എന്നായി കുരങ്ങൻ.

എന്നാൽ അതൊന്ന് കണ്ടിട്ടുതന്നെ കാര്യം. താൻ നിർമ്മിക്കുന്ന സേതു കുരങ്ങന് തകർക്കാൻ കഴിഞ്ഞാൽ അഗ്നിയിൽ ചാടി മരിക്കുമെന്ന് അർജ്ജുനൻ തുറന്നടിച്ചു.

തർക്കം വാതുവെപ്പിൽ കലാശിച്ചു.

അർജ്ജുനൻ വേഗത്തിൽ സമുദ്രത്തിന് കുറുകെ അമ്പുകൾ കൊണ്ടൊരു പാലം പണിതു.

വാനരബാലൻ അതിൽ ചാടിക്കയറി.

അപ്പോൾ തന്നെ പാലം തകർന്ന് വീഴുകയും ചെയ്തു.

അവർ തമ്മിൽലുള്ള കരാറനുസരിച്ച് അർജ്ജുനൻ അഗ്നിയിൽചാടി മരിക്കാൻ സന്നദ്ധനായി.

ഈ സമയം സമുദ്രത്തിൽ കുളിച്ചുകൊണ്ടിരിക്കുകയായിരുന്ന ഒരു ബാലൻ അവിടേക്ക് വന്നു.

"മധ്യസ്ഥനില്ലാതെയുള്ള വാതുവെപ്പിന് നിലനിൽപ്പില്ല. അതുകൊണ്ട് പരീക്ഷണം വീണ്ടും നടത്താം. മധ്യസ്ഥനായി ഞാൻ നിൽക്കാം." ബാലൻ പറഞ്ഞു.

ഇരുവരും സമ്മതിച്ചു.

ഒരിക്കൽ കൂടി അർജ്ജുനൻ ആഴിക്കുമേൽ അസ്ത്രംകൊണ്ടൊരു പാലം പണിതു. അത് തകർക്കാൻ കുട്ടിക്കുരങ്ങൻ പാലത്തിനുമേൽ ചാടിക്കയറി.

ഇത്തവണ പാലം കുലുങ്ങിയതുപോലുമില്ല.

വാനരൻ തന്റെ ശരീരം പർവ്വതസമാനമാക്കി സർവ്വശക്തിയുപയോഗിച്ച് ഒന്നുകൂടി ചാടിനോക്കി. അപ്പോൾ പാലത്തിന് അനക്കമില്ല.

എന്തോ പന്തികേടുണ്ട്. ഹനുമാൻ മധ്യസ്ഥനായ ബാലനെ സൂക്ഷിച്ചുനോക്കി. കാര്യം മനസ്സിലായി. മധ്യസ്ഥനായി വന്നത് സാക്ഷാൽ ശ്രീരാമചന്ദ്രൻ തന്നെയാണ്.

ഹനുമാൻ ഭക്ത്യാദരപൂർവ്വം ശ്രീരാമനെ വണങ്ങി.

ശ്രീരാമനെ തിരിച്ചറിഞ്ഞ അർജ്ജുനൻ തന്റെ ഗർവ്വ് പൊറുക്കണമെന്ന് അപേക്ഷിച്ചു.

ബാലൻ രണ്ടുപേരെയും ആശ്വസിപ്പിച്ചു.

ഹനുമാനോട് അർജ്ജുനന്റെ കൊടിയടയാളമായിരുന്ന സത്യത്തെ നിറവേറ്റാൻ ശ്രീരാമൻ ഉപദേശിച്ചു.

മഹാഭാരതയുദ്ധത്തിൽ അർജ്ജുനന്റെ കൊടിയടയാളമായി ഹനുമാൻ യുദ്ധം നയിച്ചു.

ലങ്കാദഹനം

രാമലക്ഷ്മണന്മാരും സീതാദേവിയും വനവാസം നടത്തുന്ന കാലം. പഞ്ചവടിയിൽ ആശ്രമമുണ്ടാക്കി അവിടെ താമസിക്കുകയായിരുന്നു അവർ. ഇക്കാലത്താണ് മാരീചന്റെ സഹായത്തോടെ രാവണൻ സീതയെ അപഹരിച്ചുകൊണ്ടുപോയത്.

സീതയെ അന്വേഷിച്ച് വാനരസൈന്യം നാനാദിക്കിലേക്കും പോയി. അംഗദന്റെ നേതൃത്വത്തിൽ തെക്കോട്ടുപോയ സംഘത്തിൽ ഹനുമാനുമുണ്ടായിരുന്നു.

സീതയെ കട്ടുകൊണ്ടുപോയത് രാവണനാണെന്നും അയാൾ സമുദ്രമധ്യത്തിലുള്ള ലങ്കയിലാണ് താമസമെന്നും വാനരപ്പട മനസ്സിലാക്കി. സാമ്പതി എന്ന പക്ഷിശ്രേഷ്ഠനാണ് അവരോട് ഈ വിവരം പറഞ്ഞത്.

ലങ്കയിലെത്തി സീതാദേവിയെ രക്ഷിക്കണമെങ്കിൽ സമുദ്രം കടക്കണം. അതിനെന്താണ് വഴി? വാനരന്മാർ ആലോചനയിൽ മുഴുകി. കൂട്ടത്തിൽ പ്രായം ചെന്ന വാനരൻ ജാംബവതിയായിരുന്നു.

ഹനുമാന് നിഷ്പ്രയാസം സമുദ്രം ചാടിക്കടന്ന് ലങ്കയിലെത്താൻ കഴിയുമെന്ന് ജാംബവതി പറഞ്ഞു. ഹനുമാന്റെ ധീ

രകൃത്യങ്ങളെയും കഴിവുകളെയും അദ്ദേഹം വാനോളം പുകഴ്ത്തി.

പ്രശംസ കേട്ടപ്പോൾ ഹനുമാൻ ആവേശഭരിതനായി. മാരുതിയുടെ ശരീരം വലുതായി വലുതായി മാനംമുട്ടേ ഉയർന്നു. കുരങ്ങന്മാർ ഹനുമാന്റെ വിശ്വരൂപം വിസ്മയത്തോടെ നോക്കിനിന്നു. മഹാത്മാവായ ജാംബവതിയെ വണങ്ങിക്കൊണ്ട് ഹനുമാൻ വാനരന്മാരോട് പറഞ്ഞു.

"നൂറു യോജനയെങ്കിലും ദൂരത്തേക്ക് ചാടേണ്ടി വരും സമുദ്രം കടക്കാൻ. ആ ചാട്ടത്തിന്റെ ശക്തി താങ്ങാൻ ഇവിടം പോര. അതിനാൽ കൂടുതൽ ഉറപ്പുള്ള കരിമ്പാറക്കൂട്ടങ്ങളോടുകൂടിയ മഹേന്ദ്രപർവതത്തിന്റെ ശിഖരത്തിൽ നിന്ന് ചാടുന്നതാണ് നല്ലത്. അതിനായി ഞാൻ അങ്ങോട്ടു പുറപ്പെടുകയാണ്."

ഹനുമാൻ മഹേന്ദ്ര പർവതത്തിന്റെ നെറുകയിലെത്തി. പർവതത്തെപോലെ വളർന്ന് വലുതായി. കുനിഞ്ഞിരുന്ന് കൈപ്പത്തികളും കാലടികളും മഹാദ്രിയിൽ ഊന്നി, മാതാപിതാക്കളെയും ഗുരുദേവകളെയും ധ്യാനിച്ച് സർവശക്തിയുമെടുത്ത് മേൽപ്പോട്ട് ചാടി.

രാമബാണംപോലെ ലങ്കാനഗരിയെ ലക്ഷ്യമാക്കി മാരുതി

കുതിച്ചുപൊങ്ങി. പറക്കലിന്റെ വേഗതയിൽ സാഗരം ഇളകിമറിഞ്ഞു.

കുറേ ദൂരം സഞ്ചരിച്ചപ്പോൾ ഹനുമാൻ ക്ഷീണിതനായി. അപ്പോൾ സമുദ്രത്തിൽനിന്നും മൈനാകപർവ്വതം ഉയർന്നുവന്നു. പർവ്വതത്തിന്റെ നെറുകയിൽ ഇത്തിരിനേരം വിശ്രമിച്ച് ഹനുമാൻ ക്ഷീണം മാറ്റി. വീണ്ടും ഉയർന്നുപറന്നു.

ആകാശത്തിൽ മാരുതിയെതടയാൻ പലരും ശ്രമിച്ചെങ്കിലും അതിനെയെല്ലാം അതിജീവിച്ച് യാത്ര തുടർന്നു.

ലങ്കനഗരിയിൽ പ്രവേശിക്കാൻ തുടങ്ങിയ ഹനുമാനെ നഗരിയുടെ കാവൽക്കാരി ലങ്കാലക്ഷ്മി തടഞ്ഞു. ഹനുമാൻ ഇടതുകൈകൊണ്ട് ആ ഭീകരസത്വത്തെ ആഞ്ഞടിച്ചു. ലങ്കാലക്ഷ്മി മരിച്ചുവീണു. മതിൽചാടിക്കടന്ന് ഹനുമാൻ ലങ്കയിലെത്തി.

ലങ്കാനഗരി ആകപ്പാടെയൊന്ന് ചുറ്റിക്കണ്ടു. യാത്രക്കിടയിൽ അശോകവൃക്ഷത്തിന്റെ ചുവട്ടിൽ ദുഃഖിതയായിരിക്കുന്ന സീതാദേവിയെ കാണാനിടയായി. താനാരാണെന്നും എന്തിനാണ് ലങ്കയിൽ വന്നതെന്നും സീതയെ ധരിപ്പിച്ചശേഷം ലങ്കാനഗരി തർത്ത്തരിപ്പണമാക്കാൻ ഹനുമാൻ പുറപ്പെട്ടു. കണ്ണകണ്ടതെല്ലാം തല്ലത്തകർത്തു. ഒടുവിൽ നഗരത്തിന് തന്നെ തീ കൊടുത്തു.

ശൂർപ്പണഖ

ലങ്കയിലെ രാജാവായ രാവണന്റെ സഹോദരിയാണ് ശൂർപ്പണഖ. ശൂർപ്പം എന്നാൽ മുറം എന്നാണർത്ഥം. മുറം പോലുള്ള നഖത്തോട് കൂടിയവളാണത്രെ ശൂർപ്പണഖ. രാമരാവണ യുദ്ധത്തിന് കാരണക്കാരി ഈ രാക്ഷസിയാണ്.

രാമലക്ഷ്മണന്മാരും സീതയും കാട്ടിൽ കഴിയുന്ന കാലം. പഞ്ചവടിയിൽ ആശ്രമം കെട്ടി താമസിക്കുകയായിരുന്നു അവർ. അക്കാലത്ത് ഒരു ദിവസം ശൂർപ്പണഖ കാട്ടിൽ ചുറ്റി നടക്കുകയായിരുന്നു.

അപ്പോഴാണ് ആശ്രമം അവളുടെ ശ്രദ്ധയിൽപ്പെട്ടത്. അതിനടുത്തായി ശ്രീരാമനെയും കണ്ടു. അദ്ദേഹത്തിന്റെ സൗന്ദര്യത്തിൽ ഭ്രമിച്ചുപോയ ശൂർപ്പണഖ സുന്ദരിയുടെ രൂപത്തിൽ രാമന്റെ അടുത്തെത്തി. തന്നെ വിവാഹം കഴിക്കണമെന്ന് അവൾ രാമനോട് അപേക്ഷിച്ചു.

തനിക്ക് ഭാര്യയുണ്ടെന്ന് ലക്ഷ്മണനോട് ചോദിച്ചുനോക്കു എന്ന് പറഞ്ഞ് രാമൻ ഒഴിഞ്ഞുമാറി. ശൂർപ്പണഖ സന്തോഷത്തോടെ ലക്ഷ്മണനെ സമീപിച്ചു. ലക്ഷ്മണനും വിവാഹ അഭ്യർത്ഥന തള്ളി. രണ്ടുപേരോടും മാറിമാറി വിവാഹം അഭ്യർത്ഥന നടത്തിയെങ്കിലും ഫലമുണ്ടായില്ല.

ശൂർപ്പണഖയ്ക്ക് ദേഷ്യം വന്നു. അവൾ സ്വന്തം രൂപമായ രാക്ഷസിയായിമാറി. സീതയെ ആക്രമിക്കാൻ പാഞ്ഞടുത്തു. കുപിതനായ ലക്ഷ്മണൻ ആ രാക്ഷസിയുടെ മൂക്കും മുലയും ഛേദിച്ചു. അതോടെ അവൾ വിരൂപയായി.

ശരീരമാസകലം ചോരയൊലിപ്പിച്ചുകൊണ്ട് ശൂപ്പണഖ സഹോദരന്മാരായ ഖരന്റെയും ദുഷണന്റെയും അടുത്തെത്തി. നടന്നതെല്ലാം കേട്ട അവർ കുപിതരായി രാമലക്ഷ്മണന്മാരെ എതിരിട്ടു.

ഏറ്റുമുട്ടൽ വലിയ യുദ്ധംതന്നെയായി.

ഒടുവിൽ ഖരനും ദൂഷണനും വധിക്കപ്പെട്ടു.

ശൂർപ്പണഖയുടെ കോപം അടങ്ങിയില്ല.

അവർ ആർത്തലച്ചുകൊണ്ട് രാവണന്റെ അടുത്തെത്തി. നടന്നതെല്ലാം ലങ്കേശ്വരനെ ധരിപ്പിച്ചു. വിവരങ്ങളറിഞ്ഞപ്പോൾ രാവണന് വാശിയായി.

അപ്പോൾതന്നെ കാട്ടിലേക്ക് പുറപ്പെട്ടു. സഹായത്തിന് മാരീചനെയും കൂട്ടി. മാരീചൻ പൊന്മാനായി ആശ്രമത്തിനരികിൽ ചെന്നെത്തി. രാമലക്ഷ്മണന്മാരെ ആശ്രമത്തിൽ നിന്ന് അകറ്റി. ഈ തക്കം നോക്കി രാവണൻ സീതയെ പുഷ്പക വിമാനത്തിൽ കയറ്റി ലങ്കയിലേക്ക് കൊണ്ടുപോയി.

സീതയെ വീണ്ടെടുക്കാനായി പിന്നീട് രാമരാവണ യുദ്ധമുണ്ടായി.

പുത്രദു:ഖം

ഒരു മുളവടിയുടെ ഇരുവശങ്ങളിലും തുലാസ്സുപോലെ ഓരോ ചൂരൽ തട്ടങ്ങൾ തൂങ്ങിക്കിടക്കുന്നു.

അതിൽ ഓരോന്നിലും അന്ധരായ വൃദ്ധനും വൃദ്ധയും ഇരിപ്പുണ്ട്. തേജസ്വിയായ ഒരു ബാലന്റെ തോളിലാണ് മുളയുടെ മദ്ധ്യഭാഗം! അതെ, ശ്രാവണൻ എന്ന കുമാരൻ തന്റെ അന്ധരായ മാതാപിതാക്കളെ ചുമലിലേറ്റി തീർത്ഥാടനത്തിനിറങ്ങിയിരിക്കുകയാണ്.....

നന്നേ ചെറുപ്പം മുതൽ ശ്രാവണൻ അമ്മയെയും അച്ഛനെയും ശുശ്രൂഷിക്കുന്നതിൽ ബദ്ധശ്രദ്ധനായിരുന്നു. വാർദ്ധക്യത്തോടൊപ്പം പൂർണ അന്ധതകൂടി മാതാപിതാക്കളെ കീഴടക്കിക്കഴിഞ്ഞതോടെ, ആ ബാലൻ തന്റെ സുഖസൗകര്യങ്ങൾ വെടിഞ്ഞ് അവരുടെ ശുശ്രൂഷ സന്തോഷത്തോടെ സ്വീകരിച്ചു.

അങ്ങനെയിരിക്കെ പുണ്യതീർത്ഥങ്ങൾ സന്ദർശിക്കണമെന്ന് ആ വൃദ്ധദമ്പതികൾ ആഗ്രഹിച്ചു. ശ്രാവണൻ അതു സാധിച്ചുകൊടുക്കാൻ നിശ്ചയിച്ചു. ശ്രാവണൻ അവരെ താൻ തീർത്ത മഞ്ചലിൽ തോളിലേറ്റിയാണ് തീർത്ഥാടനത്തിന് പുറപ്പെട്ടത്.

കാടും മേടും കടന്ന് ശ്രാവണൻ നടന്നു. തോളിലേറ്റിയിരിക്കുന്ന മഞ്ചലിൽ ഇരിക്കുന്ന മാതാപിതാക്കൾക്ക് ഭക്ഷണം തേടലും കാട്ടരുവികളിൽനിന്ന് വെള്ളം കൊണ്ടുവരലും ഇതിനിടയിൽ ആ ബാലൻ നിർവ്വഹിച്ചു. ഓരോ തീർത്ഥസ്ഥാനങ്ങളിൽ സ്നാനം ചെയ്യുമ്പോഴും മാതാപിതാക്കളുടെ മുഖത്ത് തെളിയുന്ന നിർവൃതി ഒന്നുമാത്രം മതിയായിരുന്നു അവന് ആശ്വാസം നൽകാൻ.

അങ്ങനെ യാത്രയ്ക്കിടയിൽ അവർ ഒരു കൊടുങ്കാട്ടിലൂടെ കടന്നുപോകുകയായിരുന്നു. നേരം സന്ധ്യയോടടുക്കുകയാണ്. തങ്ങൾക്ക് വല്ലാതെ ദാഹിക്കുന്നതായി വൃദ്ധദമ്പതികൾ മകനെ അറിയിച്ചു.

ശ്രാവണൻ അവരെ സുരക്ഷിതമായ ഒരു സ്ഥലത്തിരുത്തി. ഒരു മൺകുടവുമെടുത്ത് വെള്ളവുമന്വേഷിച്ച് പുറപ്പെട്ടു. അപ്പോഴേക്കും ഇരുൾ പരന്നുകഴിഞ്ഞിരുന്നു. ആ കൊടുങ്കാട്ടിൽ എവിടെ വെള്ളംകിട്ടും എന്നറിയാതെ അവൻ മുന്നോട്ടു നീങ്ങി.

അയോധ്യയിലെ ദശരഥരാജാവ് നായാട്ടിനായി ആ നിബിഢവനത്തിലെത്തിയിട്ടുണ്ടായിരുന്നു. ദശരഥന്, ഒറ്റയ്ക്ക് ഏതെങ്കിലും വന്യമൃഗത്തെ വേട്ടയാടി വീഴ്ത്തണമെന്നായിരുന്നു ഉദ്ദേശ്യം. പക്ഷേ, കുറേനടന്നു വലഞ്ഞെങ്കിലും മൃഗങ്ങളൊന്നും രാജാവിന്റെ മുന്നിൽ പെട്ടില്ല.

നിരാശനായി മടങ്ങാൻ തുടങ്ങുമ്പോഴാണ് അല്പം അകലെനിന്ന് 'ഗ്ളു....ഗ്ളു.....' എന്ന ശബ്ദം കേട്ടത്. രാജാവ് പെട്ടെന്ന് നിന്നു. ഇരുട്ട് പരന്നിരുന്നതിനാൽ ലക്ഷ്യസ്ഥാനം കാണാമായിരുന്നില്ല. ആന വെള്ളം കുടിക്കുകയാണെന്ന് ശബ്ദം കേട്ടപ്പോൾ രാജാവ് ഊഹിച്ചു. അദ്ദേഹം ശബ്ദംകേട്ട സ്ഥാനത്തെ ഉന്നംവച്ച് അസ്ത്രങ്ങൾ അയച്ചു.....

ആനയുടെ ഉച്ചത്തിലുള്ള ചിന്നംവിളി പ്രതീക്ഷിച്ച രാജാവ് കേട്ടത് ഒരു മനുഷ്യന്റെ കരച്ചിലാണ്. തനിക്കെന്തോ അബദ്ധം പിണഞ്ഞെന്ന് തോന്നിയ രാജാവ് കരച്ചിൽകേട്ട സ്ഥലത്ത് ഓടിയെത്തി....

അവിടെ, സരയുനദിയുടെ കരയിൽ അസ്ത്രമേറ്റ് ശ്രാവണൻ ചോരയിൽ പിടയുന്നു! അരികെ പകുതി വെള്ളം നിറഞ്ഞ മൺകുടം പിടിവിട്ട് കിടക്കുന്നു.....ഇതുകണ്ട രാജാവ് സ്തബ്ധനായിപ്പോയി!

വേദനയിൽ പിടയുന്ന ശ്രാവണകുമാരൻ കാര്യം മനസ്സിലാക്കി.....തന്റെ മരണവേദനയ്ക്കിടയിലും അവൻ ദാഹിച്ചിരി

ക്കുന്ന മാതാപിതാക്കളെ ഓർമ്മിച്ചു. ഞരക്കത്തോടെ രാജാവിനോട് പറഞ്ഞു:

"അങ്ങ് ഒരു തെറ്റും ചെയ്യാത്ത എന്നെ അമ്പെയ്തു വീഴ്ത്തി..... അന്ധരായ എന്റെ അച്ഛനമ്മമാർ ഇനി എന്തുചെയ്യും? ദാഹിച്ചുവലഞ്ഞ അവർക്കീ വെള്ളം കൊണ്ടുപോയി കൊടുക്കൂ...."

അധികം കഴിയാതെ ശ്രാവണൻ മരിച്ചു.

ദുഃഖവും പശ്ചാത്താപവും മൂലം വിവശനായ രാജാവ് കുടത്തിൽ വെള്ളവുമെടുത്തുകൊണ്ട് ശ്രാവണന്റെ മാതാപിതാക്കളെ തേടി പുറപ്പെട്ടു. ഇരുട്ടിൽ തപ്പിത്തടഞ്ഞു മുന്നോട്ടുനീങ്ങിയ രാജാവിന്റെ കാലൊച്ച, ദാഹിച്ചു കാത്തിരുന്ന അന്ധദമ്പതികൾ കേട്ടു.

"മോനേ, ശ്രാവണാ.....നീയെന്താ ഇത്ര വൈകിയത്?" മകനാണെന്നു കരുതി അമ്മ അന്വേഷിച്ചു.

ഗദ്ഗദകണ്ഠനായ രാജാവ് ഒന്നും പറയാതെ മൺകുടം അവരുടെ മുന്നിൽവെച്ചു.

"മോനേ, നീയെന്താ ഒന്നും മിണ്ടാത്തത്?" —പിതാവിന് കൂടുതൽ വേവലാതിയായി....

രാജാവ് ദുഃഖത്തോടെ നടന്നതെല്ലാം പറഞ്ഞു.....അവർക്ക് ദുഃഖം താങ്ങാനായില്ല. മകന്റെ മൃതദേഹം കിടന്നിരുന്ന നദിക്കരയിൽ ദശരഥൻ അവരെ കൊണ്ടുപോയി. മകന്റെ മൃതദേഹത്തിൽ കെട്ടിപ്പിടിച്ച് കരയുന്ന രംഗം ഹൃദയസ്പർശിയായിരുന്നു....

കണ്ണീർവാർത്തുകൊണ്ട് ദശരഥരാജാവ് ശ്രാവണന് ചിതയൊരുക്കി. ചിതയ്ക്ക് തീകൊടുത്ത ഉടൻ ദുഃഖം അണപൊട്ടിയ ആ മാതാവും പിതാവും ചിതയിലേക്ക് ചാടി. അതിനിടയിൽ രാജാവിനോട് ഇത്രയുംകൂടി പറഞ്ഞു:

"പുത്രദുഃഖത്താൽ ഞങ്ങൾ ജീവിതമവസാനിപ്പിക്കാൻ കാരണക്കാരനായ രാജാവേ, നിങ്ങളുടെ മരണവും പുത്രദുഃഖത്താലായിരിക്കും!" ജീവനോടെ മകന്റെ ചിതയിൽ വെന്തെരിഞ്ഞ ആ വൃദ്ധദമ്പതികളുടെ വേദന രാജാവിന്റെ മനസ്സിൽ ഉമിത്തീ പോലെ നീറിനിന്നു.

വർഷങ്ങൾക്കുശേഷം ശ്രീരാമപട്ടാഭിഷേകം മുടങ്ങി, രാമലക്ഷ്മണന്മാരെ കാട്ടിലേക്ക് അയക്കേണ്ടിവന്ന ദുഃഖത്തിലാണ് ദശരഥനും മരിച്ചത്.

ലവകുശന്മാർ

കാട്ടിൽ മനോഹരമായ പൊയ്കക്കരികിലുള്ള പുൽമൈതാനം. അവിടെ കുറേ മുനികുമാരന്മാർ കളിച്ചുരസിക്കുകയാണ്. കാട്ടുജാതിക്കാരായ കുറേ കുട്ടികളും അവരോടൊപ്പമുണ്ട്.

അകലെനിന്നൊരു ആരവം അടുത്തുവരുന്നു.

"ഓടിക്കോ ഓടിക്കോ ഇതാ, പട വരുന്നു" വനവാസികളിൽ ഒരാൾ കുട്ടികളോട് വിളിച്ചുപറഞ്ഞു. പക്ഷേ അവർ അത് കാര്യമാക്കിയില്ല.

പെട്ടെന്ന് അഴകേറിയ ഒരു കറുത്ത പടക്കുതിര അതുവഴി കുതിച്ചെത്തി.

അതിന്റെ നെറ്റിത്തടത്തിൽ കെട്ടിയ സ്വർണ്ണപട്ടത്തിൽ ഇങ്ങനെ എഴുതിയിരുന്നു.

‘അയോധ്യയിലെ രാജാവായ ശ്രീരാമചന്ദ്രന്റെ അശ്വമാണിത്. ശത്രുഘ്ന രാജാവിന്റെ സംരക്ഷണത്തിലുള്ള ഈ കുതിര കടന്നുപോകുന്ന രാജ്യം മഹാരാജവിന്റെ അധീനതയിലായിരിക്കും.

എതിർക്കുന്നവർക്ക് കുതിരയെ പിടിച്ചുകെട്ടുകയും അനുഗമിക്കുന്ന സേനയോട് പൊരുതുകയും ചെയ്യാം’

കുട്ടികൾ ഇതുവായിച്ചു. അവരിലൊരാൾക്ക് ചിരിപൊട്ടി.

അയോധ്യയിലെ രാജാവിന് വേണ്ടി നമ്മുടെ കാട് പിടിച്ചടുക്കാൻ വന്നാതാണോ ഈ കുതിര?

അവന് വിശ്വസിക്കാനായില്ല. കാട് പിടിച്ചടക്കാൻ രാജാവിന് എന്തധികാരം? കുതിരയെ പിടച്ചുകെട്ടുക തന്നെ.

ആ കുമാരൻ കുതിരയെ ഒരു മരത്തോട് പിടിച്ചുകെട്ടി.

പിന്നാലെ അതാ, ആയുധധാരികളായ കുറെ സേനാംഗങ്ങൾ. മുന്നിൽ നടക്കുന്നയാളായിരിക്കണം ശത്രുഘ്നൻ. അദ്ദേഹം കുട്ടികളുടെ അടുത്തെത്തി. അവരോട് പറഞ്ഞു.

“ആരാണ് കുതിരയെ പിടിച്ചുകെട്ടിയത് കുഞ്ഞുങ്ങളുടെ കളി തമാശയല്ലിത്”

“കാടുപിടിച്ചടക്കാൻ രാജവിന് അധികാരമുണ്ടോ? കാട് ഞങ്ങളുടെതാണ്. അത് വിട്ടുതരില്ല.” കുതിരയെ പിടിച്ചുകെട്ടിയ മുനികുമാരൻ ധീരതയോടെ പറഞ്ഞു.

ലവൻ. അതായിരുന്നു അവന്റെ പേര്. അവന്റെ മുഖത്ത് ഓളംവെട്ടുന്ന ഓജസ് രാജാവ് ശ്രദ്ധിച്ചു.

കൂസലില്ലാതെ സംസാരിച്ച ആ കുമാരനെ അനുനയിപ്പിക്കാൻ അദ്ദേഹം ആവതും ശ്രമിച്ചു. ഫലമുണ്ടായില്ല.

മുനികുമാരന്മാർ യുദ്ധത്തിന് തയ്യാറായി. ആവനാഴിയിൽ നിന്ന് അമ്പ് വലിച്ചൂരി ലവൻ യുദ്ധത്തിനൊരുങ്ങി.

ശത്രുഘ്നന്റെ സേനാനായകനായ കാലജിത്താണ് കുട്ടികളെ ആദ്യം എതിർത്തത്. നിമിഷങ്ങൾക്കുള്ളിൽ ലവന്റെ വില്ലിൽനിന്ന് പുറപ്പെട്ട അസ്ത്രം കാലജിത്തിന്റെ നെഞ്ച് തുളച്ച് കടന്നുപോയി.

കൂടുതൽ സൈന്യം കുമാരന്മാരെ എതിർത്തു. അവർ പതറിയില്ല. ഹനുമാനും സുഗ്രീവനും അംഗദനും ഉൾപ്പെട്ട സൈന്യം കുമാരന്മാരോട് എതിർത്തു. അവർക്ക് കുലുക്കമില്ല.

ഹനുമാൻ ഏറ്റുമുട്ടലിൽ ക്ഷീണതനായി പിന്തിരിഞ്ഞു. സൈന്യം ചിന്നിച്ചിതറി. ശത്രുഘ്നന് മുറിവേറ്റു. അദ്ദേഹം തളർന്നു.

യുദ്ധരംഗം കണ്ട് പേടിച്ച കുട്ടികൾ വാല്മീകി മുനിയുടെ ആശ്രമത്തിലേക്ക് ഓടി.

അവിടെയാണ് ലവനും കുശനും അമ്മ സീതാദേവിയോടൊപ്പം താമസിച്ചിരുന്നത്.

കുട്ടികൾക്ക് പിന്നാലെ ലവകുശന്മാരും ആശ്രമത്തിലേക്ക് എത്തി. അവരോടൊപ്പം ശത്രുഘ്നനും ഹനുമാനും സുഗ്രീവനുമെല്ലാം ഉണ്ടായിരുന്നു.

ശത്രുഘ്നനെയും കൂട്ടരെയും തിരിച്ചറിഞ്ഞ സീതയ്ക്ക് അത്ഭുതം അടക്കിവെക്കാനായില്ല.

"കുഞ്ഞുങ്ങളേ, ഇവർ അയോധ്യയിൽനിന്ന് വരുന്നവരാണ്. നിങ്ങളുടെ അച്ഛൻ ശ്രീരാമചന്ദ്രന്റേതാണ് ഈ കുതിര. ഉടൻ തന്നെ അതിനെ അഴിച്ചുവിടു". സീത മക്കളോട് പറഞ്ഞു.

അച്ഛനെക്കുറിച്ച് കേട്ടപ്പോൾ ലവകുശന്മാർ ആഹ്ലാദംകൊണ്ട് തുള്ളിച്ചാടി. സീതാദേവിയെ തിരിച്ചറിഞ്ഞ ശത്രുഘ്നനും പരിവാരങ്ങളും അവരെ തലകുനിച്ച് കൈകൂപ്പിവന്ദിച്ചു.

കുമാരന്മാരോട് അനുവാദം വാങ്ങി അവർ അയോധ്യയിലേക്ക് മടങ്ങി.

ത്യാഗത്തിന്റെ വില

അയോധ്യയിലെ രാജാവായിരുന്നു ഹരിശ്ചന്ദ്രൻ. ത്രിശങ്കുവിന്റെ മകനായ അദ്ദേഹം തികഞ്ഞ സത്യസന്ധനും ധർമിഷ്ഠനുമായിരുന്നു.

ഒരിക്കൽ ഇന്ദ്രസദസിൽ വച്ച് വസിഷ്ഠമുനി ഹരിശ്ചന്ദ്രന്റെ സത്യസന്ധതയെ പുകഴ്ത്തിപ്പറയുകയുണ്ടായി. എന്നാൽ കേട്ടുനിന്ന വിശ്വാമിത്രമഹർഷിക്ക് അതത്ര സഹിച്ചില്ല.

"ഹരിശ്ചന്ദ്രന്റെ സത്യനിഷ്ഠ പരീക്ഷിച്ചറിയേണ്ടതാണ്" – അദ്ദേഹം പറഞ്ഞു.

അങ്ങനെ ഹരിശ്ചന്ദ്രന്റെ വിട്ടുവീഴ്ചയില്ലാത്ത സത്യസന്ധത പരീക്ഷിച്ചറിയാൻ തന്നെ അവർ തീരുമാനിച്ചു.

ഒരു ദിവസം ഒരു ബ്രാഹ്മണന്റെ വേഷത്തിൽ വിശ്വാമിത്രൻ ഹരിശ്ചന്ദ്ര രാജാവിന്റെ മുന്നിലെത്തി. അതിഥിയെ രാജാവ് ആദരവോടെ സ്വീകരിച്ചശേഷം ബ്രാഹ്മണൻ രാജാവിനോട് പറഞ്ഞു.

"മഹാരാജാവേ, അങ്ങ് ദാനശീലനും ധർമ്മിഷ്ഠനുമാണെന്നു കേൾക്കുന്നു. അങ്ങനെയെങ്കിൽ അവിടുത്തെ രാജ്യവും ഭണ്ഡാരവും ഈയുള്ളവന് നൽകിയാലും."

യാതൊരു മടിയുമില്ലാതെ ഹരിശ്ചന്ദ്രൻ തന്റെ രാജ്യവും ഭണ്ഡാരവും അതിഥിക്ക് ദാനമായി നൽകി.

നിർധനനായ ഹരിശ്ചന്ദ്രൻ ഭാര്യ ചന്ദ്രമതിയോടും മകൻ ലോഹിതാക്ഷനോടുമൊപ്പം രാജ്യമുപേക്ഷിച്ച് വനത്തിലേക്ക് പോയി.

വിശ്വാമിത്രനുണ്ടോ വിടുന്നു! അദ്ദേഹം ഹരിശ്ചന്ദ്രനെ പിന്തുടർന്ന് വനത്തിലുമെത്തി. ഇത്തവണ സ്വർണമാണ് മുനി ആവശ്യപ്പെട്ടത്.

പാപ്പരായ ഹരിശ്ചന്ദ്രൻ എങ്ങനെ സ്വർണ്ണം നൽകാനാണ്! അദ്ദേഹം ചന്ദ്രമതിയെയും ലോഹിതാക്ഷനെയും ദുരാഗ്രഹിയായ ഒരു വ്യാപാരിക്ക് വിറ്റു. പ്രതിഫലമായി കിട്ടിയ ധനം മുനിയെ ഏൽപിച്ചു.

പാവം ഹരിശ്ചന്ദ്രൻ! ഏകാകിയായി കാട്ടിൽ അലഞ്ഞു നടന്നു. എങ്കിലും വിശ്വാമിത്രൻ വിട്ടില്ല. അദ്ദേഹം വീണ്ടുമെത്തി ഹരിശ്ചന്ദ്രനോട് ധനം ചോദിച്ചു.

ഗത്യന്തരമില്ലാതെ ഹരിശ്ചന്ദ്രൻ തന്നെത്തന്നെ ഒരു ചണ്ഡാ

ളനു വിറ്റ് വിശ്വാമിത്രന് ധനം നൽകി. ചണ്ഡാളൻ തന്റെ അടിമയായി മാറിയ ഹരിശ്ചന്ദ്രനെ ക്രൂരമായി പീഡിപ്പിക്കുകയാണു ചെയ്തത്. ഒരു ചുടുകാടിന്റെ കാവൽ ജോലിയാണ് ഹരിശ്ചന്ദ്രന് കിട്ടിയത്. ശവം ദഹിപ്പിക്കാൻ വരുന്നവരോട് പണം പിരിച്ച് ചണ്ഡാളനെ ഏൽപിക്കണം.

അതിൽ നിന്ന് വല്ല ചില്ലറയും കാവൽക്കാരനും കിട്ടും. ഈ തുച്ഛവരുമാനം കൊണ്ടാണ് ഹരിശ്ചന്ദ്രൻ കഴിഞ്ഞുപോന്നത്.

ദുരാഗ്രഹിയുടെ വീട്ടുജോലിയുമായി കഴിയുകയായിരുന്നു ചന്ദ്രമതി. അവിടെ വലിയ കഷ്ടപ്പാടുകളാണവർക്ക് സഹിക്കേണ്ടിവന്നത്.

അങ്ങനെയിരിക്കെ മകൻ ലോഹിതാക്ഷൻ പാമ്പുകടിയേറ്റ് മരിച്ചു. കഷ്ടകാലമെന്നല്ലാതെന്തു പറയാൻ. കരഞ്ഞു തളർന്ന ചന്ദ്രമതി മകന്റെ ശവവുമായി ചുടുകാട്ടിലെത്തി.

എന്നാൽ അവിടെ കൊടുക്കേണ്ട പണം ആ പാവത്തിന്റെ കൈയിലുണ്ടായിരുന്നില്ല. പണമില്ലാതെ ശവം ദഹിപ്പിക്കാൻ ഹരിശ്ചന്ദ്രൻ സമ്മതിക്കുന്നുമില്ല.

ദുഃഖം സഹിക്കാതെ കരഞ്ഞുകൊണ്ട് അവൾ ചുടുകാട്ടിൽ നിന്നു തിരിച്ചു.

വഴിയിൽവച്ച് രാജഭടന്മാർ ചന്ദ്രമതിയെ പിടികൂടി. ആ രാജ്യത്തെ രാജകുമാരനെ ആരോ കൊന്നിരിക്കുന്നു.

കൊലപാതകക്കുറ്റം ചുമത്തി രാജാവിന്റെ മുന്നിലെത്തിച്ച ചന്ദ്രമതിയുടെ തലവെട്ടാൻ രാജകൽപനയുണ്ടായി.

വധശിക്ഷ നടപ്പാക്കേണ്ടത് ചണ്ഡാളനായിരുന്നെങ്കിലും അയാൾ ആ കൃത്യം ഹരിശ്ചന്ദ്രനെ ഏൽപിച്ചു.

ചന്ദ്രമതിയെ ഹരിശ്ചന്ദ്രന്റെ മുന്നിൽ കൊണ്ടുവന്നു. അദ്ദേഹം മറ്റൊന്നും ആലോചിച്ചില്ല. തന്റെ കടമ നടപ്പാക്കാൻ തന്നെ നിശ്ചയിച്ചു.

ചന്ദ്രമതിയുടെ കഴുത്ത് ലക്ഷ്യമാക്കി ആഞ്ഞുവെട്ടി! അദ്ഭുതം! വെട്ട് ചന്ദ്രമതിക്ക് കൊണ്ടില്ല.

ബ്രഹ്മാവും ദേവകളും അവിടെയെത്തി. സത്യത്തിനുവേണ്ടി ഹരിശ്ചന്ദ്രൻ പ്രകടിപ്പിച്ച ധൈര്യത്തെയും നിശ്ചയദാർഢ്യത്തെയും പ്രകീർത്തിച്ച അവർ നഷ്ടപ്പെട്ടതെല്ലാം രാജാവിന് തിരിച്ചുനൽകി. അങ്ങനെ ഹരിശ്ചന്ദ്രൻ ഏറെ നാൾ സുഖസമൃദ്ധിയോടെ അയോധ്യ ഭരിച്ചു.

മരണത്തെ തോൽപിച്ച മാർക്കണ്ഡേയൻ

"ഇത്രയേറെ ബുദ്ധിമാനും സമർത്ഥനുമായ ഒരു പുത്രനെ ലഭിച്ച അങ്ങ് എത്ര ഭാഗ്യവാനാണ്!"

മാർക്കണ്ഡേയന് വേദശാസ്ത്രങ്ങളിൽ ശിക്ഷണം നൽകുന്ന ഋഷിമാർ, അവന്റെ പിതാവായ മൃകണ്ഡമുനിയെ അഭിനന്ദിച്ചു. അതുകേട്ട് മൃകണ്ഡുവും പത്നി മന്ദദ്വതിയും അഭിമാനിച്ചു. പക്ഷേ, അവരുടെ മുഖത്ത് പൂർണ്ണമായ സന്തോഷം പ്രതിഫലിക്കുന്നില്ലെന്ന് ബാലനായ മാർക്കണ്ഡേയൻ ശ്രദ്ധിച്ചു. എന്താണ് അതിന് കാരണം? അതുമാത്രം അവന് മനസ്സിലായില്ല.

പതിനാറ് തികയും മുമ്പ് മാർക്കണ്ഡേയൻ വേദശാസ്ത്രപഠനങ്ങളൊക്കെ പൂർത്തിയാക്കി. സമർത്ഥനും ഭക്തനുമായ അവനെ എല്ലാവരും അതിരറ്റ് സ്നേഹിച്ചു. പക്ഷേ, അവന്റെ അച്ഛനമ്മമാരുടെ മുഖത്ത് മാത്രം എന്തോ വ്യാകുലത സദാ

നിഴലിച്ചിരുന്നു.

പതിനാറാം പിറന്നാളിന്റെ തലേന്ന് പൂജക്കുള്ള പൂക്കളും ശേഖരിച്ച് മാർക്കണ്ഡേയൻ വീട്ടിലെത്തിയപ്പോൾ കണ്ടത് പൊട്ടിക്കരയുന്ന അമ്മയെയാണ്. കാര്യമറിയാതെ അവൻ വിഷമിച്ചു. അവന്റെ ചോദ്യങ്ങൾക്കൊന്നും മറുപടി പറയാതെ മന്ദദ്വതി പുത്രനെ കെട്ടിപ്പിടിച്ച് കണ്ണീരൊഴുക്കി. അവസാനം അവൻ പറഞ്ഞു.

"അമ്മയുടെ ദുഃഖം എന്താണെങ്കിലും എന്നോടു പറയൂ. ഞാനതിന് പരിഹാരമുണ്ടാക്കാം. ഞാനിപ്പോൾ കൊച്ചുകുഞ്ഞൊന്നുമല്ല. നാളെ എനിക്ക് വയസ്സ് പതിനാറാകും."

അതുവരെ മൂകനായി നിന്ന മൃകണ്ഡമുനി പറഞ്ഞു:

"മോനേ, അതോർത്തിട്ടു തന്നെയാണ് നിന്റെ അമ്മ കരയുന്നത്."

"എന്ത്? പതിനാറു വയസ്സാകുന്നതുകൊണ്ട് എന്തു കുഴപ്പം?"

“ഞാൻ എല്ലാം പറയാം, മോനേ.” മോനേ.” മൃകണ്ഡുമുനി മാർക്കണ്ഡേയന്റെ ജനനരഹസ്യങ്ങൾ വിവരിച്ചു:

മക്കളില്ലാതെ ദുഃഖിച്ചിരുന്ന മൃകണ്ഡുമുനി പരമശിവനെ തപസ്സു ചെയ്തു. വളരെക്കാലത്തെ തപസ്സിനുശേഷം ശിവൻ പ്രത്യക്ഷപ്പെട്ട് മുനിയോട് ഒരു ചോദ്യം ചോദിച്ചു. “നിങ്ങൾക്ക് ദീർഘായുസ്സുള്ള മഠയനും ദുഃസ്വഭാവിയുമായ ഒരു പുത്രനെ വേണോ? അതോ, പതിനാറു വർഷം മാത്രം ആയുസ്സുള്ള ബുദ്ധിമാനും ഭക്തനുമായ ഒരു പുത്രനെ വേണോ? കൂടുതലൊന്നും ആലോചിക്കാതെ മുനി, സൽപുത്രനെ മതിയെന്ന് മറുപടിയും നൽകി.

യഥാകാലം മരുദ്വതി ഒരു പുത്രന് ജന്മം നൽകി. ആ പുത്രനാണ് മാർക്കണ്ഡേയൻ. പരമശിവൻ പറഞ്ഞതുമാതിരി അവൻ ഭക്തനും ബുദ്ധിമാനും ആയി; പക്ഷേ, നാളെ അവന്റെ പതിനാറാം പിറന്നാളാണ്.

തന്റെ ജനനകഥകേട്ട മാർക്കണ്ഡേയൻ അമ്മയെ ആശ്വസിപ്പിച്ചു:

“പരമശിവനെ പ്രസാദിപ്പിച്ച് ഞാൻ അമ്മയുടെ ദുഃഖം മാറ്റും.”

ഉടനെ തന്നെ അവൻ ദക്ഷിണ ദിക്കിലേക്ക് നടന്നു. കടൽതീരത്തെത്തി. മാർക്കണ്ഡേയൻ കുഴഞ്ഞ മണ്ണുകൊണ്ട് ഒരു ശിവലിംഗമുണ്ടാക്കി; എന്നിട്ട് ശിവപാദങ്ങളിൽ മനസ്സ് അർപ്പിച്ച് ധ്യാനത്തിൽ മുഴുകി. സപ്തർഷികളായ മരീചി, അത്രി, അംഗിരസ്, പുലഹൻ, പുലസ്ത്യൻ, ക്രതു, വസിഷ്ഠൻ എന്നിവർ അതുവഴി കടന്നുവന്നു. അവർ ഏഴുപേരും മാർക്കണ്ഡേയന് ദീർഘായുസ്സ് ആശംസിച്ച് അനുഗ്രഹിച്ചു. പക്ഷേ, വസിഷ്ഠൻ ആ ബാലന്റെ നെറ്റിത്തടത്തിൽ ഹ്രസ്വായുസ്സിന്റെ ചിഹ്നം കണ്ടെത്തി. മഹർഷിമാർ ഞെട്ടിപ്പോയി. അവർക്ക് പ്രിയപ്പെട്ട ഈ ബാലന്റെ ആയുസ്സ് കാത്തുരക്ഷിക്കണമേ എന്ന് സപ്തർഷിമാർ ബ്രഹ്മദേവനോടഭ്യർത്ഥിച്ചു.

പിറ്റേന്നു നേരം പുലർന്നു. മാർക്കണ്ഡേയന് പതിനാറു തികഞ്ഞു. അവനെപ്പോഴും ശിവധ്യാനത്തിൽ മുഴുകിയിരിക്കുകയായിരുന്നു. മൃത്യുദേവനായ യമധർമ്മൻ മരണക്കുരുക്കിട്ട കാലപാശവുമായി മാർക്കണ്ഡേയനെ കൊണ്ടുപോകാനായി പോത്തിൻ പുറത്ത് എഴുന്നള്ളി.

ശിവപൂജയിൽ മുഴുകിയിരുന്ന മാർക്കണ്ഡേയൻ യമനോട് അഭ്യർത്ഥിച്ചു:

"ധർമ്മദേവാ, തെല്ലുനേരം കാത്തുനിന്നാലും. ഞാനീ പൂജ യൊന്ന് പൂർത്തിയാക്കിക്കൊള്ളട്ടെ."

യമൻ പരിഹാസപൂർവ്വം പൊട്ടിച്ചിരിച്ചു.

"ഹ.... ഹ..... ഹ.... വിഡ്ഢീ, കാലൻ ആർക്കു വേണ്ടിയും കാത്തു നിൽക്കാറില്ല; ഒരു തടസവും വകവയ്ക്കാറുമില്ല."

മാർക്കണ്ഡേയൻ ശിവലിംഗത്തെ കെട്ടിപ്പിടിച്ചു. യമൻ മര ണക്കുരുക്ക് വീശിയെറിഞ്ഞു. കുരുക്ക് മാർക്കണ്ഡേയന്റെ കഴു ത്തിലും ശിവലിംഗത്തിലും ഒരുമിച്ച് കുരുങ്ങി. യമൻ യാതൊന്നും വകവയ്ക്കാതെ, അതു രണ്ടും കൂടി വലിച്ചിഴയ്ക്കാൻ ശ്രമിച്ചു.

ആ നിമിഷം!

ശിവലിംഗത്തിൽ നിന്ന്, കോപംകൊണ്ട് ജ്വലിക്കുന്ന മുഖ വുമായി പരമശിവൻ പ്രത്യക്ഷനായി. യമധർമ്മന്റെ നെഞ്ചിൽ പരമശിവൻ ആഞ്ഞൊരു ചവിട്ടു ചവിട്ടി! യമൻ ദൂരെ തെറിച്ചു വീണു. പരമശിവന്റെ കോപാഗ്നി കണ്ട് പേടിച്ചുവിറച്ച യമൻ കാലപുരിയിലേക്ക് ഓടിയൊളിച്ചു.

പരമശിവൻ മാർക്കണ്ഡേയന്റെ കഴുത്തിൽ നിന്ന് കാല പാശം എടുത്തുമാറ്റി അനുഗ്രഹിച്ചു:

"മാർക്കണ്ഡേയാ ഇനിയൊരിക്കലും നിനക്ക് മരണമുണ്ടാ കുകയില്ല. നീ എന്നും പതിനാറു വയസ്സുകാരനായ ചിരഞ്ജീ വിയായിരിക്കും."

ആശ്രമത്തിൽ മടങ്ങിയെത്തിയ മാർക്കണ്ഡേയനെ കണ്ട് അച്ഛനമ്മമാർ ആനന്ദാശ്രുക്കൾ പൊഴിച്ചു.

ആരുണിയുടെ ആത്മാർത്ഥത

നേരം സന്ധ്യമയങ്ങിത്തുടങ്ങി. എത്രയും വേഗം ആശ്രമത്തിൽ വിറക് എത്തിച്ചിട്ടു വേണം സന്ധ്യാകർമ്മങ്ങൾ തീർക്കാൻ..... അയോധധൗമ്യ മഹർഷിയുടെ ശിഷ്യനായ ആരുണി തലയിൽ വിറകുകെട്ടുമായി തിടുക്കത്തിൽ നടന്നു..... അപ്പോഴേക്കും കാർമേഘങ്ങൾ കൊണ്ട് ആകാശമാകെ മൂടിക്കെട്ടി.

പെട്ടെന്ന് എവിടെ നിന്നോ ഒരു കാറ്റ് വീശിയടിച്ചു. കൊള്ളിയാൻ മിന്നി. പേമാരി കോരിച്ചൊരിഞ്ഞേക്കുമെന്ന് സംശയമായി.

ആരുണി അപ്പോഴേക്കും ധൗമ്യമുനിയുടെ വയൽവരമ്പിൽ എത്തിയതേ ഉള്ളൂ. ഒരു കൊള്ളിയാന്റെ മിന്നലിൽ ആരുണി അതുകണ്ടു! ഗുരുവിന്റെ വയൽവരമ്പ് പൊളിഞ്ഞ് അരികിലെ തോട്ടിൽ നിന്ന് വയലിലേക്ക് വെള്ളം പരന്നൊഴുകുന്നു.....! ഉടനത് അടച്ചില്ലെങ്കിൽ കൃഷി മുഴുവനും വെള്ളത്തിനടിയിലാകും!

ആരുണി ഉച്ചത്തിൽ നിലവിളിച്ചു. ആശ്രമത്തിൽ ഉണ്ടായിരുന്ന മറ്റ് ധൗമ്യശിഷ്യന്മാർ ഇതുകേട്ടു. പക്ഷേ, അവർ അതെന്താണെന്ന് നോക്കാൻ ശ്രമിച്ചില്ല. അതിനുപകരം കാറ്റിലും മഴ

യിലും തങ്ങളുടെ വസ്ത്രങ്ങൾ പറന്നു പോകാതിരിക്കാനും തങ്ങളുടെ ഉറക്കറയിൽ വെള്ളത്തുള്ളികൾ വീഴാതെയും മഴ യത്ത് തീ കായാനുള്ള അഗ്നികുണ്ഡം ഒരുക്കുവാനും മാത്രം ശ്രദ്ധിച്ചു.

തന്റെ ഗുരുവിന്റെ കൃഷിയപ്പാടെ നശിക്കുന്നതുകണ്ടിട്ട്, ശ്രദ്ധിക്കാതെ പോരുവാൻ ആരുണിക്കാവില്ലായിരുന്നു, അവൻ വിറക് വരമ്പിൽ ഇട്ട്, ചെളിവാരി വരമ്പ് നേരെയാക്കാൻ ശ്രമിച്ചു. അപ്പോഴേക്കും മഴ കോരിച്ചൊരിഞ്ഞു തുടങ്ങി.

ആരുണി എത്ര ശ്രമിച്ചിട്ടും വരമ്പിൽ ചെളി വച്ച് ജലപ്ര വാഹം തടയാൻ കഴിഞ്ഞില്ല. അപ്പോഴും വയലിലേക്ക് വെള്ളം പരന്നൊഴുകിക്കൊണ്ടിരിക്കുകയാണ്. ഇനിയും അതനുവദി ച്ചാൽ വിളയെല്ലാം നശിക്കുമെന്ന് മനസ്സിലാക്കിയ ആരുണി ചെളികൊണ്ട് ചിറകെട്ടാൻ ഉള്ള ശ്രമം ഉപേക്ഷിച്ച് വരമ്പിലെ വിടവിൽ കുറുകെ കിടന്ന്, സ്വന്തം ശരീരം കൊണ്ടൊരു ചിറ തീർത്തു. കനത്ത മഴയെ കൂസാതെ അവനവിടെ കിടന്നു!

കുറെ കഴിഞ്ഞ് മഴ ശമിച്ചു. കാറ്റു നിലച്ചു. ധൗമ്യമഹർഷി ആരുണിയെ അന്വേഷിച്ചു. കാണാനില്ലെന്നറിഞ്ഞ് പരിഭ്രാന്ത രായ ഗുരുവും ശിഷ്യന്മാരും വയൽവരമ്പിലൂടെ ഒരു പന്തവും

കത്തിച്ച് ആരുണിയെ തേടി പുറപ്പെട്ടു.

അവർ ആരുണിയെ ഉറക്കെ വിളിക്കുന്നുണ്ടായിരുന്നു.... പക്ഷേ, മറുപടിയൊന്നും കിട്ടിയില്ല.

കുറെദൂരം കൂടി വയൽ വരമ്പിലൂടെ ചെന്നപ്പോൾ ദുർബ ലമായ ഒരു ഞരക്കം കേട്ടു.... അവർ സൂക്ഷിച്ചു നോക്കി. ഏതാണ്ട് അർദ്ധബോധാവസ്ഥയിൽ വയൽ വരമ്പിൽ കിടക്കുന്ന ആരുണിയെ അവർ കണ്ടു.

"അയ്യോ, കുഞ്ഞേ, ആരുണീ.... നിനക്കെന്തുപറ്റി?" ധൗമ്യൻ പരിഭ്രമത്തോടെ അന്വേഷിച്ചു. തണുത്തുവിറച്ച അവന്റെ ശരീരം ഉയർത്താൻ അവർ ശ്രമിച്ചു. പക്ഷേ, അവൻ അതിന് വഴങ്ങിയി ല്ല.

"ഗുരോ... വയലിൽ....വെള്ളം.... കയറും...." ദീനസ്വരത്തിൽ പറഞ്ഞു.

"അതു വിഷമിക്കേണ്ട ആരുണീ..... വരമ്പ് ഞങ്ങൾ ശരി യാക്കിക്കൊള്ളാം......" മറ്റു ശിഷ്യന്മാർ അവനെ ആശ്വസിപ്പിച്ചു.

ധൗമ്യൻ ആരുണിയേയും താങ്ങിപ്പിടിച്ച് ഗുരുകുലത്തി ലേക്ക് മടങ്ങി.

ശരീരത്തിന് ചൂടു വച്ചും ചൂടു ഭക്ഷണം പകർന്നു കൊടുത്തും അവർ ശുശ്രൂഷിച്ചു. ശരീരത്തിന്റെ മരവിപ്പു മാറി അവൻ എഴുന്നേറ്റപ്പോൾ ധൗമ്യമഹർഷി പറഞ്ഞു.

"ആരുണീ, നിന്റെ ഗുരുഭക്തിയും കർത്തവ്യബോധവും ലോകമുള്ള കാലത്തോളം മാതൃകയായിരിക്കും. നീ ഉദ്ദാലക നെന്ന പേരിൽ പ്രസിദ്ധനായ സന്യാസിയായിത്തീരും!

ഗുരുവിന്റെ അനുഗ്രഹം ഫലിച്ചു. ഉദ്ദാലകൻ പ്രസിദ്ധനായ മുനിയായിത്തീർന്നു. പല ഉപനിഷത്തുകളിലെയും നിരവധി ദാർശനിക ചിന്തകൾ ഈ മുനിയുടെ സംഭാവനയാണ്.

രാജാക്കന്മാരുടെ കിരീടധാരണവേളയിൽ ജപിക്കപ്പെട്ടിരുന്ന മന്ത്രങ്ങളും ഉദ്ദാലകൻ രചിച്ചവയാണ്.

ബാലിയും സുഗ്രീവനും

ബാലിയും സുഗ്രീവനും സഹോദരന്മായിരുന്നു. അതിശക്തരായ വാനരരാജാക്കന്മാർ.

ഒരിക്കൽ മായാവി എന്ന അസുരൻ ബാലിയെ യുദ്ധത്തിന് ക്ഷണിച്ചു. കിഷ്കിന്ധ്യയിലെ കൊട്ടാരവാതിൽക്കലെത്തി മായാവി പോർവിളി നടത്തി.

അസുരന്റെ അലർച്ചകേട്ട് കുപിതനായ ബാലി ഇറങ്ങിച്ചെന്നു. സുഗ്രീവനും ജ്യേഷ്ഠനെ അനുഗമിച്ചു. രണ്ടുപേരെയും കണ്ടപ്പോൾ മായാവി പിൻതിരിഞ്ഞോടി.

ഒരു ഗുഹയ്ക്കുള്ളിലേക്കാണ് അവൻ ഓടിമറിഞ്ഞത്. ഗുഹയുടെ മുന്നിൽ സുഗ്രീവനെ കാവൽ നിർത്തി ബാലി ഗുഹയിൽ പ്രവേശിച്ചു.

പോകുന്നതിനുമുമ്പ് ബാലി അനുജനോടായി പറഞ്ഞു.

"ഞാൻ ഗുഹയിൽ കയറി അസുരനെ കൊന്നിട്ടുവരാം. നീ ധൈര്യമായി ഇവിടെത്തന്നെ നിൽക്കണം. അകത്ത് ഏറ്റുമുട്ടലിൽ മായാവി മരിച്ചാൽ പുറത്തേക്ക് പാൽ ഒഴുകിവരും. ഞാനാണ് മരിക്കുന്നുവെങ്കിൽ ചോരയാകും പുറത്തേക്ക് ഒഴുകി വരിക. അങ്ങനെയെങ്കിൽ നീ ഗുഹ ഭദ്രമായി അടച്ച് കിഷ്കി

സ്ധ്യയിലേക്ക് പോകണം."

ഗുഹയിൽ ഉഗ്രമായ പോരാട്ടം നടന്നു. പുറത്ത് സുഗ്രീവൻ ജേഷ്ഠ്യനെ കാത്തിരുന്നു.

കാത്തിരിപ്പു നീണ്ടു.

ഒരുവർഷം പിന്നിട്ടു.

ഒടുവിൽ മായാവി കൊല്ലപ്പെട്ടെങ്കിലും അവന്റെ മായാവിദ്യകൊണ്ട് പുറത്തേക്ക് ഒഴുകിവന്നത് ചോരയായിരുന്നു. ചോര കണ്ടപ്പോൾ ബാലിയാണ് മരിച്ചതെന്ന് കരുതി സുഗ്രീവൻ ദുഃഖിതനായി.

അവൻ ഗുഹയുടെ കവാടം ഭദ്രമായി അടച്ച് കിഷ്കിന്ധ്യയിലേക്ക് തിരിച്ചുപോയി. വിവരമറിഞ്ഞ വാനരന്മാർ വേദനിച്ചു.

ദുഃഖാചരണത്തിന് ശേഷം അവർ സുഗ്രീവനെ കിഷ്കിന്ധ്യയിലെ രാജാവായി വാഴിച്ചു.

മായാവിയെ കൊന്നശേഷം ഗുഹാമുഖത്തേക്ക് വന്ന ബാ

ലി കണ്ടത് അടഞ്ഞുകിടക്കുന്ന കവാടമാണ്.

അനുജൻ രാജാവാകാൻ വേണ്ടി കരുതിക്കൂട്ടി ഗുഹ അടച്ചതാണെന്നാണ് ബാലി വിചാരിച്ചത്.

കവാടം തള്ളിത്തുറന്ന് ബാലി കിഷ്കിന്ധ്യയിലേക്ക് കുതിച്ചു. സുഗ്രീവനോട് ഏറ്റുമുട്ടി. അനുജന്റെ വിശദീകരണങ്ങളൊന്നും കേൾക്കാൻ കൂട്ടാക്കാതെ ബാലി അവനെ രാജ്യത്തുനിന്ന് ആട്ടിപ്പായിച്ചു.

ബാലിക്ക് പ്രവേശനമില്ലാത്ത ഋശ്യമൂകാചലപർവ്വതത്തിലാണ് സുഗ്രീവൻ പിന്നെ കുറേക്കാലം കഴിഞ്ഞുകൂടിയത്. വനവാസകാലത്ത് ശ്രീരാമനും ലക്ഷ്മണനും സീതയെ വീണ്ടെടുക്കാനായി സുഗ്രീവന്റെയും വാനരപ്പടയുടെയും സഹായംതേടി. ശ്രീരാമന്റെ സഹായത്തോടെ സുഗ്രീവൻ ബാലിയെ വധിച്ച് കിഷ്കിന്ധ്യയിൽ രാജാവായി.

അജ്ഞതയെ തോൽപ്പിച്ച അഷ്ടാവക്രൻ

മഹാകീർത്തിമാനായ ഉദ്ദാലക മഹർഷിയുടെ വൽസല ശിഷ്യനായിരുന്നു കഹോഡകൻ. വിദ്യാഭ്യാസം പൂർത്തിയായിട്ടും ആ ശിഷ്യനെ വിട്ടുപിരിയാൻ ഉദ്ദാലകന് മനസ്സുവന്നില്ല.

അദ്ദേഹം തന്റെ പുത്രിയായ സുജാതയെ കഹോഡകന് വിവാഹം കഴിച്ചുകൊടുക്കുകയും ആശ്രമത്തിൽ തന്നെ തുടർന്നു താമസിച്ചുകൊള്ളാനുള്ള അനുവാദം നൽകുകയും ചെയ്തു.

ശിഷ്യസമ്പത്തുകൊണ്ട് സമ്പന്നമായിരുന്നെങ്കിലും ഉദ്ദാലകനും കഹോഡകനും സാമ്പത്തികമായി ദരിദ്രരായിരുന്നു.

സുജാതയാകട്ടെ സമ്പത്തിൽ ആഗ്രഹമുള്ളവളും.

അങ്ങനെയിരിക്കെ മിഥിലയിലെ ജനക മഹാരാജാവ് വലിയൊരു യാഗം നടത്തുന്നതായി കേട്ടു.

അവിടെ ചെന്നാൽ ദക്ഷിണയായി കുറെ ധനം കിട്ടുമെന്ന് സുജാതയ്ക്കറിയാമായിരുന്നു. അതുകൊണ്ട് അവൾ ഭർത്താവിനെ യാഗത്തിനുപോകാൻ നിർബന്ധിച്ചു. കഹോഡകൻ

അതിനു സമ്മതിക്കുകയും ചെയ്തു.

മിഥിലയിലേക്ക് പോകുന്ന നാൾ കഹോഡകന്റെ മനസ്സ് ചഞ്ചലമായിരുന്നു. മകനെയും ഉദരത്തിൽ പേറി സുജാതയും തൊട്ടടുത്തുതന്നെ ഉണ്ടായിരുന്നു.

മനസ്സുറയ്ക്കാകയാൽ അന്ന് കഹോഡകൻ ചൊല്ലിയ മന്ത്രത്തിനു അല്പം ഉച്ചാരണ പിശക് കടന്നുകൂടി....

"അച്ഛാ, അ മന്ത്രം തെറ്റിയല്ലോ. ഉച്ചാരണം അങ്ങനെയല്ലല്ലോ!"

ഈ ശബ്ദം പെട്ടെന്ന് കഹോഡകന് തിരിച്ചറിയാൻ കഴിഞ്ഞില്ല.

"പണ്ഡിതനായ എന്നെ തിരുത്തുന്നുവോ? അവനാര്? ഗുരു അലോസരപ്പെട്ടു.

"ഉദരത്തിൽ കിടക്കുന്ന നമ്മുടെ കുഞ്ഞാണ് പ്രഭോ!" സുജാത അഭിമാനപൂർവം പറഞ്ഞു.

എന്നാൽ, ഗർഭസ്ഥനായ തന്റെ മകൻ, ശിഷ്യന്മാരുടെ മുന്നിൽ തന്നെ പരിഹാസപാത്രമാക്കിയെന്നു തോന്നിയതിനാൽ കഹോഡകൻ കോപംകൊണ്ടു ജ്വലിച്ചു;

"ധിക്കാരി! ജനിക്കും മുമ്പ് വക്രബുദ്ധിയായ നീ വക്രനായിത്തന്നെ ജനിക്കട്ടെ!"

ഈ ശാപത്തിന്റെ തീവ്രത സുജാതയ്ക്ക് മനസ്സിലായില്ല. താൻ ചെയ്തത് അല്പം കടന്നകൈയായിപ്പോയല്ലോ എന്ന് കഹോഡകന് തോന്നി.

പക്ഷേ, അതേക്കുറിച്ച് അധികമാലോചിച്ച് നേരം കളയാൻ ആ ഗുരുവിന് സമയമില്ല. കഹോഡകൻ മിഥിലയിലേക്ക് പുറപ്പെട്ടു.

മിഥിലയിലെ ജനകമഹാരാജാവ് കഹോഡകനെ ആദരപൂർവം സ്വീകരിച്ചു.

ആ സമയം വാന്ദീനൻ എന്നൊരു മഹാപണ്ഡിതൻ മിഥിലിയിലെ രാജസദസ്സിൽ ഉണ്ടായിരുന്നു.

വാന്ദീനനെ തോല്പിക്കുന്ന പണ്ഡിതർക്ക് ധാരാളം സമ്മാനങ്ങൾ വാഗ്ദാനം ചെയ്യപ്പെട്ടിരുന്നു; പക്ഷേ, വാന്ദീനനോട് പരാജയപ്പെടുന്ന പക്ഷം ആ പണ്ഡിതനെ കടലിലെറിഞ്ഞ് കൊല്ലുമെന്ന കഠിനമായ ഒരു വ്യവസ്ഥകൂടി ഉണ്ടായിരുന്നു.

ധനം മോഹിച്ച്, കഹോഡകൻ വാന്ദീനനുമായി വാദപ്രതിവാദത്തിൽ ഏർപ്പെട്ടു. പക്ഷേ, പരാജയപ്പെട്ടു. അതോടെ കഹോഡകൻ കടലിലേക്കെറിയപ്പെട്ടു.

ധനലാഭത്തിന് തന്റെ ഉപദേശം സ്വീകരിച്ച ഭർത്താവിന് ജീവൻ വെടിയേണ്ടിവന്ന വാർത്തയറിഞ്ഞ് സുജാത അലമുറ യിട്ടു കരഞ്ഞു.

കുറെ നാളുകൾക്കുശേഷം സുജാത പ്രസവിച്ചു. പിതാ വിന്റെ ശാപം ഫലിച്ചു.

കുഞ്ഞിന്റെ ശരീരത്തിൽ എട്ടുവളവുകളുണ്ട്! അങ്ങനെ അവന് 'അഷ്ടാവക്രൻ' എന്ന പേര് സിദ്ധിച്ചു.

ഏതാണ്ട് ഇക്കാലത്തുതന്നെ ഉദ്ദാലകമുനിക്കും ഒരാൺകുഞ്ഞ് ഉണ്ടായി. അവന് ശ്വേതകേതു എന്നു പേരിട്ടു.

അഷ്ടാവക്രൻ, ശ്വേതകേതുവിന്റെ സഹോദരീപുത്രനായി രുന്നെങ്കിലും അവർ സഹോദരന്മാരെപ്പോലെ ഒരുമിച്ച് കളിച്ചു വളർന്നു.

ഉദ്ദാലകൻ അഷ്ടവക്രനും പിതൃസ്നേഹം നൽകി. പിതാ

വിന്റെ മരണവാർത്ത അവനിൽനിന്നും മറച്ചുവച്ചു. ഉദ്ദാലകനെ അവൻ പിതാവായി കണ്ടു.

ഒരിക്കൽ കളികൾക്കിടയിൽ ശ്വേതകേതുവുമായി ഉണ്ടായ സൗന്ദര്യപ്പിണക്കത്തിനിടയിൽ അഷ്ടാവക്രൻ തന്റെ പിതാവല്ല ഉദ്ദാലകനെന്ന് അറിയാനിടയായി.

ദുഃഖവും അപമാനവും തോന്നിയ അവൻ അമ്മയുടെ അടുത്തേക്കോടി. സുജാതയ്ക്ക് നടന്ന കാര്യങ്ങൾ എല്ലാം പറയേണ്ടിവന്നു.

"ആ ദുഷ്ടൻ വാന്ദീനനെ ഞാൻ തോല്പിച്ച് കടലിൽ താഴ്ത്തും!" അഷ്ടാവക്രൻ ശപഥം ചെയ്തു.

അന്നു രാത്രി തന്നെ, ശ്വേതകേതുവിനെയും കൂട്ടി അഷ്ടാവക്രൻ മിഥിലയിലേക്കു പുറപ്പെട്ടു.

കൊട്ടാരത്തിന്റെ പടിവാതിലിൽ എത്തിയെങ്കിലും ബാലകന്മാരായ അവരെ രാജാവിന്റെ അടുത്തേയ്ക്ക് കടത്തിവിട്ടില്ല. അഷ്ടാവക്രനും വിട്ടില്ല; തർക്കം മൂത്തപ്പോൾ മന്ത്രി പുറത്തു വന്നു:

"കുഞ്ഞുങ്ങളേ, വാന്ദീന പണ്ഡിതനുമായി വാദപ്രതിവാദത്തിലേർപ്പെടാൻ വൃദ്ധപണ്ഡിതന്മാരെ മാത്രം അയക്കുവാനാണ് രാജകല്പന."

"വൃദ്ധ പണ്ഡിതരോ? പണ്ഡിതനാകാൻ ജരാനരകൾ ബാധിക്കണമെന്നില്ല. പ്രായമല്ല ജ്ഞാനമാണ് കാര്യം."

അഷ്ടാവക്രന്റെ വാദത്തിൽ കഴമ്പുണ്ടെന്നു തോന്നിയ മന്ത്രി ബാലകരെ രാജാവിന്റെ മുന്നിൽ എത്തിച്ചു.

ജനകരാജാവ് ബാലനെ പരീക്ഷിക്കാനായി ചില ചോദ്യങ്ങൾ ചോദിച്ചു:

"ജീവനോടെ പിറന്നു വീണിട്ടും ചലിക്കാത്തതാരാണ്?"

"മുട്ട" -അഷ്ടാവക്രന് അതെല്ലാം നിസ്സാരചോദ്യങ്ങളായിരുന്നു.

"ഉറങ്ങുമ്പോൾ മിഴി തുറന്നിരിക്കുന്ന ജീവി?"

"മത്സ്യം."

പിന്നെയും ചോദ്യങ്ങൾ തുടർന്നു. അഷ്ടാവക്രൻ തെറ്റാതെ ഉത്തരം പറഞ്ഞു. അവസാനം രാജാവ് കല്പിച്ചു.

"ആരവിടെ! കുമാരനും വാന്ദീനനുമായുള്ള വാദപ്രതിവാദത്തിനു വേദിയൊരുക്കൂ."

വാദപ്രതിവാദം കുറെ സമയം നീണ്ടുനിന്നു. വൃദ്ധപണ്ഡിതനായ വാന്ദീനനെ ബാലനായ അഷ്ടാവക്രൻ തോല്പിച്ചു!

രാജാവ് തന്റെ ആഹ്ലാദം മറച്ചുവച്ചില്ല.

വാന്ദീനനുള്ള ശിക്ഷവിധിക്കാൻ അദ്ദേഹം കുമാരനെ ഏല്പിച്ചു.

"മറ്റ് പണ്ഡിതർക്ക് ഈ ദുഷ്ട പണ്ഡിതൻ വിധിച്ച അതേ ശിക്ഷ തന്നെ ഇദ്ദേഹത്തിനും നൽകണം! കടലിലെറിയണം!"-അഷ്ടാവക്രൻ വിധിച്ചു.

വാന്ദീനൻ കടലിലേക്ക് ചാടിയ നിമിഷം പണ്ഡിതന്മാർ ഓരോരുത്തരായി കടലിൽ നിന്നുയർന്നുവന്നു.

സ്വപിതാവിനെ വീണ്ടെടുത്ത അഷ്ടാവക്രനെ ജനകമഹാരാജാവും ജനങ്ങളും അനുമോദിച്ചു.

കഹോഡകൻ അഷ്ടാവക്രനും ശ്വേതകേതുവുമൊത്ത് ആശ്രമത്തിൽ തിരിച്ചെത്തി. പിന്നീട്, മകനെയും സുജാതയെയും കൂട്ടി ഒരു നദിക്കരയിലെത്തി.

"അഷ്ടാവക്രാ, നദിയിലിറങ്ങി ശരിക്കൊന്നു മുങ്ങിക്കയറിവരൂ!"

അപ്രകാരം ചെയ്തപ്പോൾ ആ ബാലന്റെ ശരീരത്തിന്റെ വളവുകൾ മാറി അവൻ സുന്ദരനായിത്തീർന്നു.

ധ്രുവനക്ഷത്രം

ഉത്താനപാദ മഹാരാജാവിന് രണ്ട് രാജ്ഞിമാരുണ്ടായിരുന്നു-സുനീതിയും സുരുചിയും. പ്രഥമ പത്നിയായ സുനീതിയുടെ പുത്രനായിരുന്നു ധ്രുവകുമാരൻ.

മഹാരാജാവിന്റെ കൂടുതൽ പ്രീതിക്ക് പാത്രമായിരുന്ന രണ്ടാമത്തെ പത്നി സുരുചിയുടെ പുത്രൻ ഉത്തമനും.

സുരുചി മഹാറാണി അഹങ്കാരിയും ദുരാഗ്രഹിയുമായിരുന്നു. ഇളയവനാണെങ്കിലും തന്റെ പുത്രനായ ഉത്തമനായിരിക്കണം അടുത്ത മഹാരാജാവ് എന്ന് അവർ ആഗ്രഹിച്ചു.

സുരുചിയോടുള്ള സ്നേഹംകൊണ്ട് ഉത്താനപാദ മഹാരാജാവാകട്ടെ അവർക്ക് അനിഷ്ടകരമായ ഒരു വാക്കുപോലും പറയാൻ മടിച്ചു.

ഇതുകൊണ്ട് ദുരിതം സഹിക്കേണ്ടി വന്നത് ധ്രുവനും സുനീതിയുമാണ്. അവർ കൊട്ടാരത്തിൽ തീരെ അവഗണിക്കപ്പെട്ടു.

ഒരു ദിവസം ഉത്തമകുമാരൻ മഹാരാജാവിന്റെ മടിയിൽ ഇരിക്കുകയായിരുന്നു.

സുരുചി മഹാറാണിയും അവരുടെ അടുത്തുതന്നെയുണ്ട്.

ഈ സമയത്താണ് ഉദ്യാനത്തിൽ കളിച്ചുകൊണ്ടിരുന്ന അഞ്ചു വയസുകാരനായ ധ്രുവകുമാരൻ അങ്ങോട്ട് ഓടി വന്നത്. അവനും തന്റെ അനുജനോടൊപ്പം അച്ഛന്റെ മടിയിൽ കയറിയിരിക്കാൻ ഒരുങ്ങി. സുരുചിക്ക് ഇത് അശേഷം പിടിച്ചില്ല. അവർ ധ്രുവനെ പിടിച്ചുമാറ്റി.

"എനിക്കെന്റെ അച്ഛന്റെ മടിയിലിരുന്നു കൂടെ ചിറ്റമ്മേ?" -ഒരു വിതുമ്പലോടെ ധ്രുവൻ ചോദിച്ചു.

"ഇല്ല പാടില്ല. മഹാരാജാവിന്റെ മടിയിലിരിക്കേണ്ടത് അടുത്ത രാജാവാകേണ്ട കുമാരനാണ്. നീ വേണമെങ്കിൽ വല്ല കാട്ടുമരത്തിലോ പാറപ്പുറത്തോ കയറിയിരുന്നോ. പൊയ്ക്കോ ഇവിടെ നിന്ന്" -സുരുചി ധ്രുവനെ ആട്ടിയകറ്റി.

പമുണ്ടായി.

നാരദമുനി കൊട്ടാരത്തിൽ ചെന്ന് മഹാരാജാവിനെ സമാശ്വസിപ്പിച്ചു.

മധുവനത്തിലെത്തിയ ധ്രുവൻ കായ്കനികളും കാട്ടരുവിയിലെ വെള്ളവും മാത്രം കഴിച്ച് തപസ്സുചെയ്തു.

നാളുകൾ കടന്നുപോയി. ധ്രുവൻ തപസ്സ് കുറെ കൂടി കഠിനമാക്കി- കായ്കനികൾ ഉപേക്ഷിച്ചു; വെള്ളം മാത്രം കുടിച്ച് തപസ്സ് തുടർന്നു.

നാളുകളേറെ ചെന്നു; ഭഗവൽ പ്രസാദം കിട്ടാത്തതുകൊണ്ട് ധ്രുവൻ ഏറ്റവും കഠിനമായ തപസ്സിലേക്ക് കടന്നു-ശ്വാസോച്ഛ്വാസംപോലും ഉപേക്ഷിച്ച് ഏകാഗ്രമായ ധ്യാനം!

ധ്രുവന്റെ ഈ കഠിന തപസ്സിന് മുന്നിൽ മഹാവിഷ്ണു പ്രത്യക്ഷപ്പെട്ടു.

വിഷ്ണു ധ്രുവനെ അനുഗ്രഹിച്ചു: "എഴുന്നേൽക്കൂ കുമാരാ, നിന്റെ കഠിനതപസ്സിൽ ഞാൻ സംതൃപ്തനാണ്.

സ്വന്തം പിതാവിന്റെ മടിയിലൊരു സ്ഥാനം മാത്രമല്ലേ നീ ആഗ്രഹിക്കുന്നുള്ളൂ.

എന്നാൽ അതിലും എത്രയോ ഉന്നതമായ ഒരു സ്ഥാനമാണ് ഞാൻ നിനക്ക് നൽകാൻ പോകുന്നത്.

മുപ്പത്തിയാറായിരം സംവത്സരം നീ രാജ്യഭാരം നടത്തിക്കഴിയുമ്പോൾ, ഏറ്റവും ഉന്നതമായ സ്ഥാനത്ത്, നക്ഷത്രലോകത്ത് നിനക്ക് സ്ഥാനം കിട്ടും.

ഈ പ്രപഞ്ചം നിലനിൽക്കുന്ന കാലമത്രയും നീയവിടെ ഒരു വെള്ളിനക്ഷത്രമായി മിന്നിത്തിളങ്ങും. ലോകം നിന്നെ ആരാധനയോടെ നോക്കും!"

മഹാവിഷ്ണു അപ്രത്യക്ഷമായി.

വിജയശ്രീലാളിതനായ ധ്രുവൻ കൊട്ടാരത്തിലേക്ക് മടങ്ങി. മഹാരാജാവും മറ്റുള്ളവരും ആഹ്ലാദത്തോടെ ധ്രുവനെ സ്വീകരിച്ചു.

മുപ്പത്താറായിരം സംവത്സരങ്ങളിലെ രാജ്യഭരണത്തിനു ശേഷം ധ്രുവൻ ഒരു നക്ഷത്രമായി മാറി- ധ്രുവനക്ഷത്രം.

■